அன்பின் முகத்தில் பச்சைத் தாவரம் வளர்கிறது

ஈஸ்டர் ராஜ்

வம்சி

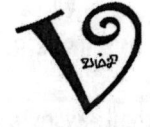

அன்பின் முகத்தில் பச்சைத்
தாவரம் வளர்கிறது : கவிதைகள்
ஆசிரியர் : ஈஸ்டர் ராஜ்

: © ஆசிரியருக்கு

முதற்பதிப்பு : டிசம்பர் 2024
அட்டை வடிவமைப்பு : பி. எஸ். வம்சி
வெளியீடு : வம்சி புக்ஸ்
19, டி.எம்.சாரோன்,
திருவண்ணாமலை - 606 601
9445870995, 04175 - 235806
அச்சாக்கம் : மணி ஆப்செட், சென்னை - 600077
விலை : ₹150/-
ISBN : 978-93-93725-66-0

Anbin Mugathil Pachai
Thaavaram Valarkirathu : Poems
Author : Easter Raj

: © Author

First Edition : December - 2024
Wrapper Design : B. S. Vamsi
Published by : Vamsi books
19.D.M.Saron,
Tiruvannamalai - 606 601
9445870995, 04175 - 235806
Printed by : Mani Offset, Chennai - 600 077
: ₹150/-
ISBN : 978-93-93725-66-0

www.vamsibooks.com - e-mail: kvshylajatvm@gmail.com

எம் பிஷப் ஹீபர் கல்லூரியின்
முன்னாள் முதல்வர் மார்க்கஸ் தீபன் பூமிநாதன்
அவர்களுக்கு...

அ. ஈஸ்டர் ராஜ் (1976)

கரூர் மாவட்டம், க.பரமத்தி அருகிலுள்ள முன்னூரில் பிறந்தவர். பெற்றோர்- அப்பாதுரை, கிரேஸ் ஆவர்.

இளநிலை அறிவியல் படிப்பு முதல் தமிழில் முனைவர் பட்ட ஆய்வு வரை திருச்சி பிஷப் ஹீபர் கல்லூரியில் பயின்றவர்.

முதுகலைத் தமிழ் இலக்கியம் பயின்றபோது ''கவிஞர் பிரியகுமாரனின் இவனைச் சிலுவையில் அறையுங்கள்'' என்ற கவிதைத் திறனாய்வும், ஆய்வியல் நிறைஞர் பயின்றபோது ''கவிஞர் பழநிபாரதியின் கவிதைகளில் சமுதாயப் பார்வை'' என்ற தலைப்பிலும், முனைவர் பட்டத்திற்கு ''நவீனத் தமிழ்க் கவிதைகளில் புலப்பாட்டு உத்திகள் (2001-2005)'' என்ற தலைப்பிலும் திறனாய்வினை மேற்கொண்டவர். 5.9.2007 முதல் திருச்சி பிஷப் ஹீபர் கல்லூரியில் தமிழ்ப் பேராசிரியராகப் பணியாற்றி வருபவர். மலேசியா, இலங்கை முதலிய நாடுகளுக்குச் சென்று மாணவர்களுக்கு நவீனக் கவிதை குறித்து உரையாற்றி வருபவர். குறிப்பாக, 2014 இல் இலங்கை-பேராதனைப் பல்கலைக்கழகத்தில் ''ஈழத்துப் போர்க்காலச் சூழல்'' என்ற தலைப்பில் ஈழத்துக் கவிதைகளை முன்வைத்து மாணவர்களுக்கு உரை நிகழ்த்திய சிறப்பிற்குரியவர்.

பனிச்சென்று தெரியும் வீடு

ஒரு தொலைபேசி அழைப்பு வந்ததும், ''அய்யா நான் ஒரு வாசகன், ஒரு கவிஞனும் கூட! எனது புதிய தொகுப்பு ஒன்றிற்கு நீங்கள் அணிந்துரை தருவீர்களா? வம்சி வெளியிடத் தயாராக உள்ளது, அகரமுதல்வன் ஆவலுடன் எனக்கு உதவி இருக்கிறார். நான் உங்களையும் நன்கு வாசித்திருக்கிறேன்'' என்றார். நான் தாராளமாக சம்மதித்தேன். அவர், வம்சி வெளியீடான அவரது முந்தைய தொகுப்பையும் அனுப்பி இருந்தார். 'ஆன்மாவின் பெருந்துயர்' என்ற அந்த நூலின் பெயர் வரியே என்னைக் கவர்ந்து விட்டது. நானானால் ஆன்மாவின் என்று சொல்லைப் பயன்படுத்தாமலே அதை வெளிப்படுத்திவிடப் பார்ப்பேன். அந்த நூலைப் புரட்டுகையில் அதன் கடைசிப் பக்கத்தில் கடைசிக் கவிதையாக இருந்தது மூன்றே வரிகளில் 'பிழை' என்ற சிறு கவிதை, ஈஸ்டராஜின் புதிய நூலுக்கு ஒரு அணிந்துரை எழுத ஒப்புக்கொண்டதை வாழ்த்தியதைப் போன்ற ஒரு நிறைவையே தந்தது அந்தக் கவிதை.

''நாம் நாமாக இல்லாத போது
எதன் பொருட்டு ஒருவன்
வீதியில் கத்திக்கொண்டே ஓடுகிறான்''

ஈஸ்டர் ராஜ் 26 ஆண்டுகளாகக் கவிதைத் துறையிலேயே இயங்கி வருபவர்; தமிழ்ப் பேராசிரியர். கவிதை குறித்துச் சிறப்புரைகளையும் ஆழ்ந்த சிந்தனைகளையும் உடையவர். கலைகளின் வாழ்வின் உன்னதமான நிலையைத்தான் கவிதை என்கிறோம். அதனாலேயே தான் கவிதையும் உன்னதமான கலை ஆகிறது. அந்நிலையில் அது சுட்டக்கூடிய நிலை அளவுக்கு அதன் உடல் முதன்மையானதல்ல என்பது எனது ஆணித்தரமான கூற்று. இங்கிருந்துதான் நாம் கவிஞனை ஓர்

இலக்கியவாதி அல்லது அதனையும் விட மேம்பட்டவன் என்கிறோம். எல்லா மனிதர்களுமே கவிஞனாக வேண்டிய ஒரு கட்டாயத்தினால் தான் கவிதைத் தெய்வம் மனிதனின் கையைப் பிடித்து எழுது எழுது எனச் சொல்லி ஒரு மலை உச்சிக்கு அழைத்துச் செல்ல விழைகிறது. எப்போதும் நான் கூறிக் கொண்டிருக்கும் இந்தக் கூற்றினை எனது வாசகர்கள் எப்போதுமே நன்கு அறிவர் என்று நம்புகிறேன்.

இனி, எழுதி வரும் கவிதைகளைக் குறித்து நாம் ஆராய்வோம். கவிதை என்னவானாலும் அது சொற்களில்தான் படைக்கப்படுகிறது என்பதால் சொற்களை முதன்மையானது என்கிறோம். ஒவ்வொரு சொல்லின் தோற்றமுமே கவிதை தான் என்பதை நாம் கண்டிருக்கிறோம். என்றாலும் சொற்களைக் குவித்து விட்டாலே அவை கவிதையாகி விடுவதில்லை என்பதையும் நாம் கண்டிருக்கிறோம். சாமான்ய நடைமுறையிலும் கூட சொற்கள் அல்ல இச்சொற்களைக் குறிப்பிடும் பொருள்தான் முதன்மையானது. கவிதைகளை, சொற்கள் சுட்டும் வெளியைக் கவிஞன் கண்டடைந்தது சொற்களில் வெளிப்பட வேண்டியுள்ளது. ஒரே சமயத்தில் ஒரு பொது மொழியாகவும் தனிமொழியாகவும் இருக்க வேண்டியுள்ளது. உத்தமமான கவிஞர்களுக்கு இதில் பிரச்சனைகளே இல்லை.

அதனால் கவிஞனாக ஆசைப்பட்டு நமது எதிர்பார்ப்புப்படியே அது எப்படித் தவறு ஆகும்? கவிதைத் துறையில் காலடி வைப்பவனுக்கு அவன் எஸ்ரா பவுண்ட் சொல்வதைக் கொஞ்சம் செவிமடுக்கலாமா? கவிஞராக ஒரு மனிதன் என்னவாக வேண்டும் என்பதையே நான் ஆலோசனையாகக் கூறுவேன். இவை அனைத்துமே நான் ஏற்கனவே சொல்லி இருப்பவை தானே?

கவிஞன், கவிதை இவர்களிடையே மிகப்பெரிய தகுதி அவர்கள் கவிஞன், கவிதை என்று இருப்பதுதான். ஒரு நாட்டின் கவிதை வாசகர்களையும் கவிஞர்களையும் கவிதைகளையும் கொண்டு தான் அந்த நாடு உலகில் வளம்பெறக் காத்திருக்கிறது என்பேன். அதேசமயம்

கவிதையை ஒரு கலையாகக் கற்றுக் கொண்டிருப்பவர்களால் காதலிக்க முடியாது என்னும் எனது கூற்றையும் நினைத்துப் பார்க்கிறேன். குரல் மூலம் நான் அறிந்து கொண்ட கவிஞர் ஈஸ்டர் ராஜையும் அவர் போன்ற நான் கண்ட எத்தனையோ நண்பர்களையும்.

இப்போது ஒலித்துப் பாருங்கள், 'அன்பின் முகத்தில் பச்சைத் தாவரம் வளர்கிறது' என்ற சொற்கள் உங்களுக்கு எந்தப் பொருளையும் உணர்த்தும் முன்னே தித்திக்கிறதை உணர்வீர்கள். ஒருமுறை வாசிக்கையில், கவிதைத் தொகுப்பை முதன்முறை வாசிப்பில் ஒரு சுவையும் தட்டுப்படவில்லை எனில் முழுத் தொகுப்பையும் படித்துத் தெரிந்து கொண்டபின் மீண்டும் ஒருமுறை படித்துப் பாருங்கள். ''ஒரு சிறிய பூ'', ''ஒரு சிறிய அசைவு'' என்ற வார்த்தைகள் எத்தனைப் பொருள்படும்படி ஆகிறது என்பதை உணர்வீர்கள்.

எட்டாம் கவிதை உருவத்தின் காலடியில் ஒரு மெழுகுவர்த்தி என்பது கவிதையைஉயிரற்ற ஒன்றானாலும் நமது எண்ணங்களால் படைக்கப்பட்ட ஒன்றே என்றானாலும் நாம் நமக்கு ஒளியேற்றிக் கொள்வோமானால் என்ற சிந்தனையைக் கடக்கும் போது எத்தகைய பொருள் கொண்டதாகிறது என்பதைக் காண்பீர்கள்.

குறிப்பாக ஈஸ்டர்ராஜின் கவிதைகளில் சொல்லப்படும் தீவிரமான படிமங்களே அவரது ஆளுமையை, கவிஞனுக்கு இருக்க வேண்டிய ஆளுமையைச் சிறப்பாக எடுத்துக்காட்டுகின்றன. 'பச்சிளம் குழந்தைகளைக் கொன்று (கவிதை எண் 9) மலரை அழ வைக்கிற' என்ற கவிதையில் ''சாம்பலே இன்னும் கொஞ்ச காலத்திற்குச் சுடுசாம்பலாகவே இரு'' என்னும் வரிகளில் தாழ்மையில் மிக மிக மென்மையான இறைஞ்சலில் ஒலிக்கும் விதம் ஈஸ்டரை மிக அருமையான ஒரு கவிஞராக்குவதை உணரலாம்.

நேற்று அந்தக் கற்களுக்கு அமைதி இல்லை. இரக்கத்தினால் பருகத் தண்ணீர் அளித்தேன் மீதமிருந்தும் இன்னும் பருகவில்லை

(கவிதை எண் 16), இங்கே கவிஞர் கவிதை என்ன சொல்கிறது என்பதை அறிவதற்கு முன்னே வேண்டாமலே கவிதை தனது முதன்மையான உணர்வுத் தொற்றலைக் கொடுத்துவிட்டது உணரப்படுகிறதா?

இனி இவ்வாறு நான் சொல்லிக் கொண்டு போக வேண்டிய அவசியம் இல்லை என்று கருதுகிறேன் முதல் வாசிப்பில் என்னைக் கவர்ந்த அழகிய சில சொற்றொடர்களையும் தீவிரமான படிமங்களையும் சிறப்பான கவிதைகளையும் அடிக்கோடிட்டுச் சென்று இருந்தேன். ஆனாலும் இப்பொழுது வாசகர்களே தாங்களாக அவர்களைக் கண்டு கொள்ளும்படி மூடிவிடுகிறேன். ஆனாலும் ஏதோ ஒரு அற்புதமான கவிதையைக் கொள்ளலாம் என்று நினைக்கிறேன். அதன் பிறகு ஈஸ்டரை நான் தொடர்பு கொண்டு அவர் சுயவிவரம் கேட்டவேளை அந்தக் கவிதையே அன்பர் ஒருவராலும் அவர் தொடர்பாலும் புகழ்பெற்றதைச் சொன்னார். தற்காலத்தில் கவிதை உலகிற்கு கிடைக்கப்பெற்ற நல்ல அறிகுறி அது.

‘பளிச்சென்று தெரியும் ஒரு வீடு’ என்று தொடங்கும் அந்தக் கவிதையில் ஈஸ்டர் ராஜின் முழுக் கவிதை இயக்கமும் ஒன்றுகூடி வந்து அமைந்திருக்கிற கவிதை. அதேபோலவே ஒரு கிழமையைத் திறக்கையில் எனத் தொடங்கும் கவிதையும் மேலும் பல வண்ணங்கள் கொண்ட கவிதைகளை எழுதுபவராக இருக்கிறது ஒரு மகிழ்ச்சிக்குரிய விஷயம் தான் என்பேன். நமது கவிதை அச்சு வராத காலத்திலிருந்து யாப்பினைத் துறந்து உணர்ச்சி நிலையில் ஒரு உயரத்தைத் துறந்து 19,20 ஆம் நூற்றாண்டுகளில் பெரும் பெரும் யுத்தங்களுக்குப் பின்வந்த நவீன கவிதை தர்க்கங்களும் சண்டைகளும் தான் கவிதை என்ற நிலையில் சற்றே முந்தைய காலத்தில் ஒரு புனைவால் தான் கவிதை அழகாகிறது என்ற கோட்பாடு நிலவுகிறது. எல்லாக் காலத்தையும் தனக்குள் கொண்டிருக்கிற கவிஞன் தான் தற்காலத்தில் வெளிப்பாட்டுத் தேவைகளையும் கண்டுகொள்கிறான். எனக்குப் புனைவு கொண்ட ஈஸ்டர் ராஜின் பல கவிதைகளும் உவப்பாகவே இருக்கின்றன.

"ஒரு முத்தம்
பரிசுப் பொருள்களைப் போல மிருதுவாக இருக்கிறது
உடையும் வரை!
உடைந்து பெருகும் வரை!"

என்றது ஒரு நவீன கவிதை. இங்கு முடியும் வரை என்பதோடு கவிதை முடிந்து விடுகிறது என்று நவீன கவிதை தீவிரவாதிகள்போல் கவிதையை முடித்து விடாமல் உணர்ச்சித் தீவிரத்தைக் காட்ட விரும்பும் உடைந்து பெருகும் வரை என்ற சொற்களாக அவர் தேவதேவனைப் போலவே இணைகின்றார். 'பூ என்பது பெண்நிமித்தம்' என்ற வரி இடம்பெற்றுள்ள கவிதையும் புனைவும் உணர்வுவெழுச்சியும் கொண்டது. எல்லோருமே மெய்மையைக் கண்டடைவதிலும் அறிவியக்கத்திலும் மிகச் சுலபமாக விரிந்து விட்டிருக்கிற ஒரு காலத்தில் நவீன கவிஞனுக்கு அப்பால் உள்ள புனைவும் உணர்வெழுச்சிகளுக்குக் கவிதைகளும்தாம் இடம்பெறும் என்பதை நமக்கு உணர்த்துகின்றன. இவை போன்ற கவிதைகளுக்கு அன்பும் வாழ்த்துக்களும் எனக்கு ஒரு விரிந்த வாசகப் பரப்போடு உரையாடுவதற்கான ஒரு வாசகப் பரப்பமைத்தமைக்கான நன்றியும்

தேவதேவன்
பெங்களூரு

திராட்சைச் செடியில் படரும் கொடி

நவீன கவிதைகள் காலந்தோறும் எழுதப்பட்டும் படிக்கப்பட்டும் வருகின்றன. ஒவ்வொரு முறை படிக்கும்போதும் அது ஒரு புதிய தரிசனத்தை புதிய சன்னலைத் திறந்து காட்டும். அந்நிலையில் கவிஞர்கள் அகவயப்படுவதால் படைப்பூக்கத்தின் செழுமை எழுத்துக்களால் வார்க்கப்படுகின்றன.

சிலி நாட்டுக் கவிஞன் பாப்புலோ நெருடா, நான் ஒரு சொல்லை மனித உருவாகக் காண்கிறேன் என்கிறார். அதே போல் மலையாளக் கவிஞர் கே.சச்சிதானந்தன் ஒரு வரி முடிகிற இடத்தில் ஒரு ஆழம் வெடித்துத் திறக்கிறது என்கிறார். அப்படி எத்தனையோ கவிதைகள் எழுதுகிற வேகத்தில் ஆழம் வெடிக்கிறதை உணர்ந்திருக்கிறேன். அவை ரூபமாகவும் அரூபமாகவும் கைகளின் வழியாக ஆட்கொள்ளும் பொழுது மௌன வாசிப்புக்குள் என்னை நிலை நிறுத்துவேன். அதில் படிமங்கள் ஏராளமாக இருந்தாலும் எளிய சொற்களாலான கவிதைகள் நுண்வாசிப்பை மீண்டும் மீண்டும் என்னிடம் கோரின. அப்போதெல்லாம் நான் பாரதியையும், பாரதிதாசனையும், பிரமிளையும் மக்கள் கவிஞன் பட்டுக்கோட்டை கல்யாண சுந்தரத்தையும் தொட்டு வாசிக்கையில் நிகழ்காலக் கவிதையின் ஊடாட்டத்தை அறிய முடிந்தது. ஒவ்வொரு கணமும் தேவதேவன், தேவதச்சனின் மெய்த் தீண்டல் இருந்து கொண்டேயிருக்கும். இங்கே காடும் காடு சார்ந்த வாழ்க்கையும் என்னைத் திக்குத் தெரியாத காட்டில் கொண்டு போய் பறவையையும், விலங்கையும், மரம், செடி கொடிகளையும், எண்ணற்ற மணல் துகளையும், கூழாங்கற்களையும், செழித்த வண்டல் மணலையும், வான் மேகத்தையும், பச்சைப் புல்வெளிகளின் அழகைத் திறந்து காட்டின. இதுதான் கவிதை என்று நினைக்கும் ஒவ்வொரு தருவாயும் நிலவொளியின் மயக்கம் என்னை

ஆட்கொள்ளும். அத்தருணத்தைப் புகைப்படம் போல் எடுத்து, கவிஞரும் எழுத்தாளருமான அகரமுதலவன் அவர்களிடம் கொண்டு சென்றேன். அவர் அதில் உள்ளவற்றை எது கவிதை எது கவிதை இல்லை என்பதை நிர்மூலமாக்கி, இதுதான் கவிதை என்று சிலவற்றைத் தொகுத்துக் கொடுத்ததோடு அவற்றுக்குப் ''பச்சைத் தாவரம் மஞ்சள் வெளி'' என்ற அழகியல் சார்ந்த (aesthetic poem) தலைப்பைத் தெரிவு செய்து கொடுத்தார். பிளாட்டோ சொல்வது போல கவிதை என்பது நகலெடுத்தல் வேலை (copy of the copy) என்றாலும் அதற்குள் ஒரு மீ மொழிக் கவிதைகள் (meta language) இருப்பதையும் கண்டுணர முடிந்தது. இவ்வேளையில் நான் எழுத்தாளர் அகரமுதல்வன் அவர்களுக்கு நன்றி உடையேன். அத்தோடு இந்நூலை நாங்கள் வெளியிடுகிறோம் என்று சொன்ன வம்சி பதிப்பகத்தாரும் எழுத்தாளருமான அம்மா ஷைலஜா அவர்களுக்கும் தோழர் பவா செல்லதுரை அவர்களுக்கும் நான் என்றென்றும் நன்றிக் கடப்பாடு உடையேன். இக்கவிதைத் தொகுப்பின் அட்டைப் படத்தை அழகாக வடிவமைத்த தம்பி வம்சிக்கும், மற்றும் வம்சி பணியாளர்களுக்கும் என் நன்றிகள். இக்கவிதை நூலை மெய்ப்புப் பார்த்த பேராசிரியர் மு. முனீஸ் மூர்த்தி, பேராசிரியர் இரா. இராஜா, பேராசிரியர் ச.கார்த்திகேயன் அவர்களுக்கும் என் நன்றிகள். கவிதைளை விமர்சன நோக்கில் அணுகித் திரனாய்வு செய்த பேராசிரியர் சாம் கிதியோன், ஊக்கப்படுத்திய நளினி சுந்தரி அவர்களுக்கும் என் நன்றிகள், எல்லாவற்றிற்கும் மேலாக கவிதைகளைத் தட்டச்சு செய்த மனைவி மெர்சி ஞான மலருக்கும் இவற்றையெல்லாம் ஆர்வத்தோடு கவனித்த மகன் ஜோஸ் ஆதனுக்கும் மகள் கிருபாவுக்கும் உள்ளன்போடு நன்றிகளை ஏறெடுக்கிறேன்.

தோழமையுடன்

ஈஸ்டர் ராஜ்

நன்றிக்குரியோர்

தேவதேவன், வண்ணதாசன், கே வி ஷைலஜா, பவா செல்லத்துரை, கே. வி. ஜெயஸ்ரீ, குக்கூ சிவராஜ், தேஜஸ்ஸ்ரீ (மேற்கு வங்கப் பாடகி), பொ. வேல்சாமி, பழநிபாரதி, கலை இலக்கிய விமர்சகர் இந்திரன், கரிகாலன், அருட்தந்தை அமுதனடிகள், அன்பாதவன், அ. புவியரசு, அகரமுதல்வன், செந்தூரன் ஈஸ்வர நாதன், மண்குதிரை ஜெயக்குமார், சிவராஜ் பாரதி, தாமரை பாரதி, கதிர் பாரதி, பாரதி கோபால், வெய்யில், கண்மணி குணசேகரன், ம. கண்ணம்மாள், வசந்த தீபன், வா. மு. கோமு, பூவிதழ் உமேஷ், ந.பெரியசாமி, சுகிர்தராணி, மலர்விழி, மௌனன் யாத்ரிகா, வ. அதியமான், எம். எம். பைசல், நடராஜன் பாரதிதாஸ், செந்தில் ஜெகநாதன், கபிலன் வைரமுத்து, ஆங்கரை பைரவி, கவிதைக்காரன் இளங்கோ, வேல் கண்ணன், இலக்குமிகுமாரன் ஞானதிரவியம், தெ. வெற்றிச்செல்வன், பொன்குமார், க.மோகனரங்கன், நெகிழன், றாம் சந்தோஷ், கடங்கநேரியான், இரா. பூபாலன், இரா. கவியரசு, அம்சபிரியா, சோலைமாயவன், முகமது பைசல், கரூர் கௌசிக்பாபு, கரூர் புனிதன், பிரான்சிஸ் புதுமை நாதன், மைக்கேல் கொலின், கார்த்திக் பங்காரு, கண்ணன் விஸ்வகாந்தி, சேலம் ஜெயக்குமார், திருவைக்குமரன், நுட்பம் சந்தோஷ்குமார், சோ. விஜயகுமார், எஸ்தர் சந்தோஷி மோனிகா, ஷேன் கிறிஸ்டோபர், வருணன், போஸ் பிரபு, சாலேத், டேவிட் ஜெரில் மற்றும் முனைவர் பட்ட ஆய்வு மாணவர்கள் மனோஜ், மோகன்.

பேராசிரியர்கள்

நோயல் ஜோசப் இருதயராஜ், க. பஞ்சாங்கம், பெருமாள் முருகன், பால் தயாபரன், மதிவாணன், அந்தோணி குருசு, அறவேந்தன், சு. வேணுகோபால், விக்டர் லாசரஸ் அவரது துணைவியார் ஏக்னஸ் கிறிஸ்டாபெல், ப. கிருஷ்ணன், ஆனந்த் கருணாகரன் அவரது துணைவியார் ரேச்சல் பெட்டி சுகுமாரி, ரவிதாஸ், ஷீபா பிரின்சஸ், ஜோ. தங்கரத்தினம், மு . முனீஸ் மூர்த்தி, இரா. இராஜா, கலைமுகிலன், ச கார்த்திகேயன்.

தலைமையாசிரியர்கள்

கிராமியன் இராஜேந்திரன், சா. இராஜேந்திரன், மா.அன்புராஜ், மா.அமுதரசன்.

இதழ்கள்

காலச்சுவடு, நீலம், தமிழ் இந்து, சொல்வனம் மின்னிதழ், நடுகல் மின்னிதழ், வாசகசாலை, நுட்பம் மின்னிதழ், பேசும் புதிய சக்தி, பொள்ளாச்சி இலக்கிய வட்டம்.

சிறிய பூ
எல்லா நிலத்திலும் இருக்கிறது
எல்லாப் பொருளோடும் கலக்கிறது
அதனினும் பெரிது ஒன்றுமில்லை
அதனினும் சிறந்தது ஏதுமில்லை
எப்போதும் ஒரு சிறு அசைவு
முழங்கை அளவு நீட்டம் தேவையாக இருக்கிறது

பறவைகளை வழியனுப்புபவன்
வானத்தின் புதிய திசையைப் பதியமிடுகிறான்
கவண்கல் எறியும் ஒருவன்
இதுவே கடைசியென வீசுகிறான்
பதியமிட்ட புதிய திசையில்
ரத்தச் சொட்டுகள் பல

குடிசைகள் எரிந்த பகல்

நெருப்பை வானளாவ உயர்த்தியது

சிறகுகள் உலர்த்தும் அப்பகல்

தூர்வாரப்படாத குளத்தில்

துர்வாடையுடன் மீன்கள் செத்து மிதந்தன

பூவாளியைத் தொடும் வெண்டைக்காய் விரல்கள்

தளிர் இலையின் கொண்டல் காற்றில்

குழந்தைகளிடம் 'அ' எழுதிக் காட்டின

பனித்துளிகளில் மாற்றம் குட்டிக்கரணம் போட்டன

மதுரமான புல்வெளி

பழகிப்போன

ஊதா நிற உலகத்தைச் செதுக்கி எடுத்தது

எண்ணில்லா ஆண்டுகளின் ஒரு கணம்

அபூர்வமாய் பூவாளியை உடைத்தது

இன்று ஏழாவது முறையாகக் கடல் கொந்தளிக்கிறது

எட்டாவது முறையாகக் குடும்பம் சீற்றத்தில் இருக்கிறது

அந்த முல்லை கொடியைத் தீ வைத்து எரித்தது யார்?

அன்பின் முகத்தில் பச்சைத் தாவரம் வளர்கிறது

நீண்டு நீண்டு வளர்கிறது

தலை சாய்ந்து வளர்கிறது

கைகளை நேராக விரித்தபடி நதி பார்த்து வளர்கிறது

அதன் ஈரத்தின் மெல்லிய முடிச்சைக்

காற்று

எங்கோ ஒரு திசையில் அவிழ்க்கிறது.

பிரார்த்தனையில் பங்கெடுக்கும் கடுங்குளிருக்கு
என்ன பெயரிடலாம் என்றாள் மகள்
எங்கிருந்தோ வந்த பெயரற்ற யாத்திரீகன்
கூடத்தில் நின்று நிகழ்கால வாழ்வைப் படமாக்கினான்
முன்நிபந்தனைகள் இன்றி
அறிவதும் தெரிவதுமான ஓர் ஆழம்
விசாலப்படுத்தியது மேலும் சில ஆழத்தை
சூரியன் புகாத இடத்தில் குளிர் நுழையும் என்பதற்கு
இதுவும் ஓர் எடுத்துக்காட்டு

சொரூபத்தின் காலடியில் மெழுகுவர்த்தி ஏற்றினால்
எல்லாம் சரியாகிவிடும்
அதையே செய்
அதையே செய்
என்கிறது ஒரு மன்றாட்டு

சாம்பலே இன்னும் கொஞ்ச காலத்திற்குச்
சுடு சாம்பலாகவே இரு
பச்சிளம் குழந்தையைக் கொன்று
மலரை அழ வைக்கிறது பூமி
அவற்றுக்கு யார் பொறுப்பு?
பதற்றம் சூழ்ந்து பிரபஞ்சம்
ஆதி இருளுக்குள் ஒளிந்து
கண்ணைக் குருடாக்குகிறது
ஆசை
நிராசை
நித்தியம்
அநித்தியம்

ஈஸ்டர் ராஜ்

எத்தனை முறை கல்லெறிந்தாலும்
தனிச் சொல்லல்ல பறவை
கூட்டுச் சொல்

உன் சங்குக் கழுத்தில்

ஓடும் ஆற்றைக் கொஞ்சம் திசை திருப்பு

பசியில் தாகமுற்றோருக்கு

வற்றாத களைப்பு தீரட்டும்

பச்சைத் தாவரம்
மஞ்சள் வெளி
ஒன்றை ஒன்று விரிக்கின்றன
ஒரு வானில் இரு சிறகு

நம் நினைவு அடுக்குகளில்
ஒரு நாள்
குச்சிக் கிழங்கின் தோல் பற்றிப் பேசிக் கொண்டிருந்தோம்
அங்குக் கொய்யா மரத்தை இழந்த புழுதிக் குருவிகள்
கீச்சுக் குரலை எழுப்பின
செடியில் கூம்பி இருந்த மலர்கள்
ஒரு பொழுதில் கருகிச் சாம்பலாயின
வீட்டுக்குத் தூரமான தினத்தில்
தீ மூட்டிக் கொண்டிருந்தாள் ஒருத்தி
சலவைத் தொழிலாளி கறையை
சவுக்கார மண்ணால் வெளுத்தான்
வானம் ஒரு திசையில்
ஒருத்தி மறு திசையில்
தகித்தபடி இருந்தது
சலவைக் குளத்துக் கரையில் குருதி பாய்கிறது.

நாளொன்றில் நானொரு தனி மரம்
நாளொன்றில் காற்று உடைத்து உதிர்க்கும் சருகு
ஏரி
குளம்
ஆறெனப் பழம் பாடல் சொன்ன கதைகளை
யாரிடம் சொல்வேன்!
நிலத்தின் சனங்கள்
புலம்பெயர்ந்து ஏன் போனார்கள்?

சற்றெனத் திரும்பிப் பார்த்தேன்

அந்தச் சன்னலில்

சின்னஞ்சிறிய சிட்டுக்குருவி

அங்கே யார்

முகத்தைத் தொங்க வைத்துக் கொண்டிருப்பது?

நேற்று அந்தக் கற்களுக்கு அமைதி இல்லை
இரக்கத்தினால் பருகத் தண்ணீர் அளித்தேன்
மீதமிருந்தும் இன்னும் பருகவில்லை

ஒவ்வொரு வகையான நிலவும்

ஒவ்வொரு வகையான கண்ணாடி

ஒவ்வொரு வகையான பெண்ணின் முகம்

ஒவ்வொரு வகையான பறவையின்

உதிர்ந்த ஒற்றைச் சிறகு

நாம்

கண்களால் கண்ட தென்னங்கீற்றினிடையே

அவை வருகின்றன போகின்றன

சில சமயம் நம் இதயங்களில்

ஒரு பந்தாக உருமாறி எம்பிக் குதிக்கின்றன

அதிசயத்தை அற்புத கணத்தை

அவற்றை

எவரோ ஒருவரின் கண்கள்

இழுத்துக் கொண்டு செல்கின்றன

கரு நிற திராட்சையாக

நேற்று ஒரு மரக்கிளையில்
வெவ்வேறு வண்ணத்தினாலான தேன்சிட்டுகளைப் பார்த்தேன்
புகைப்படம் எடுக்கத் தோன்றவில்லை என்றாலும்
படபடக்கும் அதன் சிறகுகள்
தானியம் போன்ற சிறு கண்கள்
கடுகு போன்ற மூக்குகள்
பஞ்சுப்பொதி போன்ற உடல்கள்
கூடவே எங்குச் சென்றாலும்
என் உள்ளங்கையில் வந்து
அமர்வது போல் இருப்பதைக் கண்டேன்
கூட இருந்தவன்
இறைச்சித் துண்டைப் பற்றிப் பேசிக்கொண்டே இருந்தான்
மேற்குத் திசையில் கனிந்து மடியும் அந்தி
சற்றெனக் காட்டைத் திறந்து காட்டியது
பறவைகள் வானத்திலிருந்து ஒவ்வொன்றாகக்
கீழே இறங்கின இருளில் ததும்பும் ஒளியின் சிறகுகள்
தருணம்!
தருணம்!
தருணம்!

ஒரு கிழமையைத் திறக்கையில்

அந்த நாளுக்குரிய மகிழ்ச்சி கிடைத்து விடுகிறது

அன்று வெயில் அகல விரித்து

மனதிற்கு இதம் சேர்க்கிறது

ஒரு பறவை அக்கிழமையின் வழியே புகுந்து

அக்கிழமையின் வழியே வெளியேறுகிறது

இளந்தென்னை மரம்

குருத்துவிட்டு வளர்வது

நீரைப் பருகத் தருவதும்

ஓங்கி உயர்ந்த பனைமரம்

குலை தொங்கிக்

காயை உண்ணக் கொடுப்பதும் அக்கிழமைக்கு உரித்தாக்கி விடுகிறது

மேலும் அன்றைய நாளில்

அக்கிழமைக்குப் பேரீச்சம் பழச்சுவை இரண்டு மடங்கு கூடி விடுகிறது

தேனீ அக்கிழமைக்குள் ரீங்காரமிடுகிறது

வண்ணத்துப்பூச்சி அக்கிழமைக்கு நிறத்தை ஊட்டுகிறது

நட்சத்திர ஒளி அக்கிழமையைத் தன்வயப்படுத்துகிறது

மாலை அந்தி கங்கு சிதைந்து

தீஞ்சுடரை அணைய விடுகையில்

ஒருவித சித்த பிரம்மையை ஏற்படுத்துகிறது

ஆலங்குயில் நள்ளிரவு யாமத்தில் நிசப்தத்தை உணரச் செய்கிறது இருந்தபோதிலும்

ஒரு கிழமை என்பது

கனிந்த சொல்லை உதிர்க்க முடியாத போதும்

ஒரு பாறை

வெடித்துச் சிதறிச் சின்னா பின்னமாவதும்

துயரத்தின் மிகுதுயரை அக்கிழமை உண்டு பண்ணுகிறது

கிளைகளில் கொத்துக்கொத்தான காய்கள்
தொங்கிக் கொண்டிருக்கின்றன
நேற்றைக்குப் பார்த்தபோது அப்படித்தான் இருந்தது
இன்று பார்த்தபோதும் அப்படித்தான் இருந்தது
எந்த ஊருக்குப் போனாலும் அப்படித்தான் இருக்கிறது
ஒரு கிளை கைகளாக வளர்ந்தபோது
நிலா ஒளியைச் சிந்திக் கொண்டிருக்கிறது
பூக்காத தாவரம் பூத்துக் கொண்டிருக்கிறது
ஓர் அணில் நீண்ட வாக்கில்
தாவுகிறது குதிக்கிறது
எனக்கு என்னவோ
நீண்ட வாக்கில் அணிலாகத் தாவி
கிளை வளரத் தோன்றுகிறது

ஈஸ்டர் ராஜ்

இக்கடலைப் பெற

நான் என்னையே கிரயமாகக் கொடுப்பேன்

வாழ்வின் செழிப்பை

ஜீவியத்தின் கொந்தளிப்பை

கொஞ்சம் உப்பும்

சில மீன்குஞ்சுகளும் சொல்லிக் கொண்டிருக்கட்டும்

என் நாவு
ஒரு பாம்பு அல்ல
நூறாயிரம் நல்ல பாம்பு
மெல்லச் சுருண்டு
வெளியே தலை காட்டின
புற்றுக்குள் இரேன்!

ஈஸ்டர் ராஜ்

தற்செயலாக இன்று புறாவைப் பார்த்தேன்

நுண்வாசிப்பைப் போல்

ஆழ்ந்த மௌனத்தில் நிறுத்தியது

அதன் உடல் சிறிதளவே ஆயினும்

ஆரம் பொருந்திய கழுத்து

நெஞ்சோடு கிடந்தது

அது என்னவோ தெரியவில்லை

நீல நிறக் கடலை உடலில் பூசிக்

காற்றில் அசைத்து

அன்று என் பயணம்

பாதிப் புறா

பாதிக் கடலால் சூழ்ந்திருந்தது

அந்த நிலப்பரப்பு

உதிர்ந்த இறகுகளோடு

ஒரு நூலகத்தைத் திறந்திருந்தது

வீட்டில் படிக்கட்டுகள்

அன்பினால் படபடக்கின்றன

நிதானத்தைக் கடைப்பிடிக்கும்

பெரிய குன்றும்

சிறு பறவையும்

ஒன்றோடொன்று பேசிக் கொண்டிருப்பதைத்

தினம் தினம் பார்த்த வண்ணமிருப்பேன்

ஈஸ்டர் ராஜ்

என் குன்றின் தொலைவு வெகு தூரமில்லை
என் முதுகில் தான் வளர்ந்து மல்லாந்து கிடக்கிறது

புறாக் கூடு செய்பவன்

வானத்தின் சன்னலை அவ்வப்போது திறந்து விடுகிறான்

அவனது கரங்கள் பூமியின் வெளிச்சத்திற்குப் போதுமானது.

நிச்சயிக்கப்பட்ட இந்த மலர்
அடிமனதில் நிலைகொண்டிருக்கிறது
என்னை உள்ளே அனுமதிப்பதும்
வெளியே விடுவிப்பதும்
இந்த மலர்தான்
இந்த மலருக்கும் எனக்குமான இணக்கத்தை
குட்டிக் குட்டி நட்சத்திர மீன்கள்
வேறுவேறு உலகத்திற்குக்
கைப்பிடித்து அழைத்துச் செல்கின்றன
நம்பிக்கையின் துளிர் மண் ஊற்றை
வலசை போகும் பறவை
கடல் தாண்டிக் கொண்டு செல்கிறது
அபூர்வமான தரிசனத்தை
அபூர்வமான நிலத்தின் வரைபடத்தை

எரிக்கப்பட்டது வீடு
எறியப்பட்டது கல்
எனக்கு அந்த மரநிழல்
தராது போகுமோ தஞ்சம்?

ஈஸ்டர் ராஜ்

குயவன்
தன் திருக்கரத்தால்
குழந்தையின் முகத்தையோ
புள்ளத்தாச்சியின் வயிற்றையோ
சிருஷ்டிகின்றான்
முதுமக்கள் தாழியைக் கண்டெடுத்த காலம்
கணவன் மனைவிக்காக விரிந்த அப்பானையை
விழி நோகாமல் பார்த்துக் கொண்டே இருக்கிறது
நெடுங்காலத்தில் கருப்பை

அவள்
சிறு கற்களுக்கும் பெருங் கற்களுக்கும் இடையே
சடசடத்து மூண்ட நெருப்பு

ஒரு நூற்றாண்டின் வெளிச்சம்
எல்லோரது வீட்டுக் கதவையும்
திறந்து
உள்ளே சென்றது
உற்சாக பெலனடைந்து
வாழ்வை அர்த்தமாக்கிய அக்கணத்தில்
ஒரு பூங்கொத்து தரவும்
வழியில்லாத
வானமும் பூமியும்
பரந்து விரிந்து வெறித்திருந்தது

யாரின் கையிலிருந்தோ தவறிய

பலூன் ஒன்று

பறந்து என்னிடம் வந்தது

அப்போது நான்

பெயர் அறியாத வாடிய மரத்தில் சாய்ந்திருந்தேன்

கையில் ஒருபிடி மணலை அள்ளித் தின்று பார்த்தேன்

ஆற்றின் ருசி மிருதுவாக இருந்தது

சுவடுகள் தாரைதாரையாக ஒட்டி இருந்த இடத்தில்

உடலைச் சாறுபிழிந்து விட்டேன்

கண்ணீரில் உஷ்ணம் குறைந்திருப்பதைக் கண்டேன்

கண்ணாடியில் தெரியும் முகத்திற்கும்

நீரில் நெளியும் முகத்திற்கும் இடையில்

கழுத்து நீண்ட பறவையின்

நீள அகலம் முழுதாய்த் தெரிந்தது.

பளிச்சென்று தெரியும் வீடு

ஈரத்தால் கட்டப்பட்டது

அந்த ஈரத்தைக் காண

நெடுந்தூரம் ஒட்டகங்கள்

வரிசை கட்டி வருகின்றன

தாகத்தைத் தணிக்க

பாலைவன விளக்கும் உடன் வருகிறது

கற்றாழைச் செடி

வேரின் அடியிலிருந்து

பஞ்சகால உணவை வறட்சியிலும் ஈனுகிறது

இலந்தை முள்ளை இழுத்துக் கொண்டு ஓடும்

சேரிப் பெண்

அம்மணக் குழந்தைக்கு முலைப்பால் ஊட்டுகிறாள்

அவளது வற்றிய காம்பில்

வீசும் வாசனை பல பொழுது

ஏழைக் குழந்தைகளுக்குக் கற்றாழைச் செடியாகிறது.

பூமிக்கு இணக்கமானது இருட்டு என்றாலும்
அதில் அவள் என்றும் பயணிக்கிறாள்
சொல் அவிழ்ப்பைக் கூட்டுகிறாள்
கூந்தலைப் பின்னி எடையைப் பாதியாகக் குறைக்கின்றாள்
கருவிழியை உருட்டித் திரட்டி
மிரட்சியின் வடிவத்தை முன் கொண்டு வந்து
பூமியின் மொத்த இருட்டைப் படைத்துக் காட்டுகிறாள்
அவளுக்கு இருள் அணையா தீபம்
நள்ளிருள் யாமம்
ஆழாக்கு மழை
தொடக்கூடிய இடத்தில்
இருள் கவிழும் கண்ணிமை
நிலா ரசிகை
அவளது ஈரம்
ஆற்றுப் படுகையில் நெய்யப்பட்ட
கொழிமணலின் விரிப்பு
என்றாலும்
சாயம் போகாத கூந்தலுக்குக்
கருமணலைத் தவிர
வேறெதனை உவமையாகக் கூறிவிட முடியும்?

ஜென் துறவி
அதிகாலையில்
குறுஞ்சிரிப்பைச்
சூரியன் மீது ஏற்றிப் பரிசளிக்கிறார்
பொன்வண்டு முட்டைகளை மனதில் வரைந்து
செழித்த கூழாங்கற்களைக்
கையில் உருட்டி உருட்டி
உடல் முழுக்க சிறுதானியங்களை விளைவிக்கின்றார்
விளைச்சலும்
விளைச்சலின் மிகுதியால்
உண்டாகும் களிப்பும்
சிறப்பினும் சிறப்பாகிறது
துறவியின் வாழ்வில்.

ஒரு பறவைக்கு ஓர் இலையின் முகம்
ஒரு கிளைக்கு ஒரு பறவையின் கழுத்து

என் குழந்தை
பகலில் சூரியனையும்
இரவில் நிலவையும்
தண்ணீர்த் தொட்டியில் நிரப்பினாள்
காலையில் எழுந்தவுடன்
ஆர்வத்துடன் தண்ணீர்த் தொட்டியைப் பார்க்கச் சென்றவள்
அதில் மல்லிகை மொட்டுக்கள் மலர்ந்திருந்தன
வாடிய நட்சத்திரங்கள் சிரித்துக் கொண்டிருந்தன
குழந்தாய் குழந்தாய் என்றது
திரும்பிப் பார்த்தாள்
சூரியனும் நிலவும்
ஆலமரத்து ஊஞ்சலில்
அவளோடு ஆடி இன்பத்தைக் கொண்டாடின

பழங்குடியில் பிறந்தவன்
முள் குத்திய காலுடன் நெடுநாள் நடந்தாலும்
அவனுக்கு
மலை ஒரு கடவுள்
வெய்யோன் ஒரு பித்து
நிழல் ஒரு தரிசனம்
காய் ஒரு பங்கீடு
கனி ஒரு பங்கீடு
கிழங்கு ஒரு பங்கீடு
சூரியன் தன் பங்கிற்குச்
சிறு சிறு கற்களை
அப்பங்களாக்கி உண்ணத் தருகிறது

கனவே!
கொஞ்ச நாளைக்குக் கைகூடாதே
நான் கடல் மேல் நடக்க இருக்கிறேன்

கரும்பலகையில் ஒரு கோட்டினை உருவாக்குதல்
அவ்வளவு கடினமாக இருக்கிறது
ஆனாலும் நேரான கோட்டினை உருவாக்குதல்
எக்காலத்திற்கும் அவசியமாகிறது

ஐம்பது அடி தொலைவில்

ஒரு பூக்கடைக்காரரி

என்னையே உற்றுப் பார்க்கிறாள்

அன்றைய தினத்தை நிறைக்க

பூ விற்பதை விட

வேறு என்ன வேண்டும் அவளுக்கு

ஒரு முத்தம்

பரிசுப் பொருள்களைப் போல் மிருதுவாக இருக்கிறது

உடையும் வரை!

உடைந்து பெருகும் வரை!

எரியும்
மெழுகுவர்த்தியிடம் நிதானமாகக் காட்டுங்கள்
சீழ் வடியும் காயத்தை
அதைவிட பாக்கியம் வேறு ஒன்றும் இல்லை

என் தேவனே

அந்த இருவரின் சண்டைகளை நிறுத்த முடியாது

நிலத்தைப் பாதுகாத்து வை

இங்கே மொழி

கெட்ட வார்த்தைகளால்

காற்றில் நிரப்பப்படுகிறது

துயர அலைகளைப் பார்க்க எல்லோருக்கும் சம்மதம்

என் தேவனே

இந்த நிலத்தை எப்படியாவது பாதுகாத்து வை

ஒருவர் நோக ஒருவர் பார்க்க

உம்மால் இயலாது

பறத்தல்

எவ்வளவு பெரிய சுதந்திரம் என்பதை

வானத்தை

அண்ணாந்து பார்த்த

பிறகுதான் தெரிந்தது.

வாரி அணைத்துக் கொள்ளும்
உச்சியில் இருக்கும் மரக்கிளையே
நீ
எந்நேரம் ஒடிந்து சாவாய் என்று
யாருக்குத் தெரியும்?

ஈஸ்டர் ராஜ்

மயிர் கத்திரிக்கப்பட்ட ஆடுகள்

சிதறடிக்கப்பட்டு ஓடுகின்றன

தேவ மகனின் தேவ குழந்தைகள்

பாடசாலையிலிருந்து வீடு திரும்பவில்லை

கனிந்த நீலோற்பலம் சாவதற்கு முன்

என்றும் இல்லாத அழகைக் கொண்டிருந்தது

மலைநாட்டின் பெண்ணொருத்தி

விரைந்து கொண்டிருந்தாள்

தேனையும் தினை மாவையும் வாங்கிக் கொண்டிருந்தவர்கள்

அவளை வலியப் புணரும் பொருட்டு அலைகிறார்கள்

நிஷ்டூரத்தின் உலைக்களத்தில்

இடுப்பில் செருகிய வாளெடுத்து வீசுகிறாள்

திமிர் பிடித்த குறிகள்

மண்ணில் வெட்டுண்டு துடிக்கின்றன.

பேரானந்தத்தைப் பூசிக்கொள்ள
ஒரு சிற்பமோ
ஒரு கவிதையோ தேவைப்படலாம்
நான் ஒரு பூவில் விரிந்து
கூந்தலில் நறுமணமாவேன்
பூ என்பது பெண் நிமித்தம்
மாபெரும் மழை
மாபெரும் கொடை

கயல் என்றவுடன்
முதலில் எழுவது கடல்
பிறகு அதன் உடல்
அதன் மொழி
தொண்டையில் சிக்கிக் குத்துகையில்
அது ஒரு முள்

கவிதையில் இருண்மை என்று சொன்னவனை

நடு ஆற்றில் தள்ளினேன்

கைகள் தூக்கியவனுக்கு வெளிச்சம் உண்டானது

ஈஸ்டர் ராஜ்

குருவிக்காரன் போய்விட்டான்
தீனத் துயரின் கூக்குரலை
இந்த நடுநிசியில்
யாரிடம் ஒப்படைப்பது?

இம்முறை கோடரியைக் கவனித்தாயா?
நாளைக்கு அது புதுக் கைப்பிடி ஒன்றைக் கேட்கிறது

கழுத்தைத் திருகுவது அவ்வளவு எளிதா நண்பா

இன்று கழுத்துத் திருகப்பட்டு

எங்கோ ஓர் மூலையில் தூக்கி எறியப்படுகிறது

கழுத்தின் மீது கத்தியைச் செருகிச் சாகடிப்பது

எவ்வளவு பயங்கர விபரீதம்

எவ்வளவு பெரிய அநாகரிகம்

நம்பிக்கை இழக்கச் செய்யும்

அந்நாளில்

கடவுள் எங்குப் போனார்?

கண் முன்னே தெரியும் அந்த மனிதர்

கடவுளுக்கு நிகரோ என்னவோ தெரியவில்லை

அவரின் கையைப் பிடித்து

நலம் விசாரிக்க வேண்டும் போல் தோன்றுகிறது

விழியற்ற ஒருவன்

தட்டுத் தடுமாறி நடந்து செல்கிறான்

குழாய்நீரில் நனைந்த தன் உடலை

ஒரு சிலுப்புச் சிலுப்பிவிட்டு

விழியற்றவனின் கைத்தடியில் அமர்கிறது

சிவப்பும் மஞ்சளும் கலந்து தேன்சிட்டு

அவள் கூந்தலுக்குப் பெண்டுலத்தின் வேகம்

ஒருவன் வந்தான்

கூந்தலில் மெல்லிய கிட்டார் இசையை மீட்டினான்

புகையும் சாம்பிராணி

பேழையின் இருப்பிடத்தில்

பாதி சூரியனைப் பாதி நிலவை

வேறு ஒரு கிழமையில் சூட்டி வைத்தது

வெற்றிலைக் கொடி வாகை மரத்தில் படர விட்டு

இளம் பிராயத்துத் தோழிகளை ஆகாயம் காண

நித்திய கல்யாணிப்பூ சன்னல்களைத் திறந்தது

கூந்தலில் அச்சடிக்கப்பட்ட புத்தகத்தின் வாசம்

புதுப்பிக்கப்பட்ட ஆலயம் போல்

கண்ணிற்குள் நதியின் ஆழம்

இம்முறையாவது பேசு
பேசாமல் மட்டும் இருந்து விடாதே
உனக்கான தருணத்தில்
மலை உச்சியில்
கொய்த மலர்கள் அநேகம்

வாழ்வின் மிச்சத்தை எழுத வேண்டும் என்றால்
தீயின் மீது ஒரு சொல்லை இறக்கு

உண்மையில் இந்த மலரில்
எத்தனை விதமான முகம்
எத்தனை விதமான தீக்காயம்
எத்தனை விதமான ரத்தக் கசிவு
எத்தனை விதமான தொடு உணர்வு
ஆகாயம்
பரிகசிப்பு
உள்ளுணர்வு
அருவருப்பு
புன்முறுவல்
கூடவே
பிறப்பு இறப்பு

ஈஸ்டர் ராஜ்

வானம் புண்ணாகி சீழ் பிடித்திருக்கிறது

மரமோ ரம்பத்தால் அறுபட்டு வேதனையில் வியாகுலப்படுகிறது

சன்னலே நீ என் செய்வாய்?

புத்தம் புதிய ஒரு பிரம்மாண்ட மாளிகை

தூசு படிந்து கிடக்கிறது

நீண்ட நெடுஞ்சாலை அனல்காற்று

நாசியைக் கொலை செய்கிறது

அற்ப மனமே

நீ சில நாளேனும்

மலை

குன்று

வனாந்திரம்

அருவி

எனப் பார்த்துவிட்டு வாயேன்

பிறகு

நான் உன்னிடம் தீவிரமாக உரையாடிக் கொள்கிறேன்

கழிவறை வாசகங்கள்

அவ்வப்போது ஊட்டச்சத்து பெறுகின்றன

வலக்கையால் எழுதியதை ஒருவன்

இடக்கையால் அழிக்கின்றான்

இடக்கையால் எழுதியதை ஒருவன்

வலக்கையால் அழிக்கிறான்

மழை வருகிறது தூவானம் பொழிகிறது

அழிப்பவற்றை அழித்தாலும்

இது மட்டும் அழியாமல்

ஈஸ்டர் ராஜ்

கை வேலைப்பாடுடன் கட்டிய வீட்டில்
முதல் முதலாகச் செம்போத்தின்
ஓசையைக் கேட்டேன்
நான் பார்த்த செம்போத்தே
நீ எங்கே இருக்கிறாய்?

இலை
செடி
கொடியோடு நடப்பவன்
என்றுமுள்ள அழகை அடிவானில் காண்கின்றான்
அவனுக்கு
அடிவானமே அஸ்திவாரம்
அடிவானமே ஆராதனை

பாதையில் கிடக்கும் முள்ளைத்

தூக்கி எறிய

எந்தக் கை முயலும்

அந்தக் கை தூக்கியெறியாத நிமிடத்தில்

காக்கை தன் அலகால்

கொத்திக் கொண்டு செல்கிறது

கூட்டை அமைக்க

கடவுளின் மலர்ப் பாதத்தின் முன்

மண்டியிட்டு அழும் ஒவ்வொரு மனிதரிடமும்

புத்தகத்தில் ஏதோ ஒரு வரியைத்

திறந்து வைக்கிறேன்

எழுதுகோலுக்கும் அழிப்பானுக்கும் இடையில்

காகிதம் போல் சுருண்டு விரிந்து கிடக்கிறது ஓரிலை

அந்த இலையில் காற்று

சத்தம் இல்லாத ஓசையைப் பதியவைத்திருக்கிறது

அதைக் குழந்தைகள் கையிலெடுக்கையில்

ஒரு சிரிப்பு

ஒரு அமைதி

அதிகப்படியாக வேறொன்றுமில்லை

சின்னதாய் ஒரு முயல் குட்டி

காடு வரை அழைத்துப் போய்

மகிழ்ச்சியடைந்து மகிழ்ச்சியடைந்து

வேகமாக ஓடியது

அதனில் சிறந்த

இரண்டு காது மாடல்களை

இறைவன்

யானைகளுக்கும் கழுதைகளுக்கும்

இன்ன பிற விலங்களுக்கும் கொடுத்துள்ளான்

ஒரு கப் தேநீரில்
பத்து கிராம் அன்பு மிச்சமில்லாமல் கூடுகிறது
இடைவேளை ஏதும் இன்றி
பருகப்பருக இன்னும் பத்து கிராம் அன்பு கூடுகிறது
ஒற்றை எறும்பு
என்னை நோக்கி வருகிறது
அதற்கு
என் தேநீரின்
மிச்சத்தைச் சுவைக்கத் தருகிறேன்

எதிர்பாராத ஒரு நிகழ்வு
சந்தியா வேளையில் கூடுகிறது
அந்த ஆரஞ்சுப் பழத்தை ருசி பார்த்த உதடுகளுக்குத் தெரியும்
எது புளிப்பு
எது சுவை என்று

உருண்டு விழும் கண்ணீர்த் துளிகளுக்கு இடையில்

நேற்றும் ஏமாற்றம் அடைந்தாய்

இன்றும் ஏமாற்றம் அடைந்தாய்

ஒரு துண்டு குளிர்ச்சியை

எப்படியாவது பாதுகாத்து வை

இந்த பூமியின் பள்ளத்தாக்கில்

நிலவின் ஒளி வசீகரமானது

அதைவிட ஒரு நூதனமான நட்பு

மின்னலாய் முறிகிறது

வானத்தின் கிழக்கிற்கும் மேற்கிற்கும்

வாவியில் ஏழெட்டு மல்லிகை முகங்கள்

அதில் ஒன்று பழுப்பு நிறத்திலான முகம்

மற்றொன்று மஞ்சள் நிறத்திலான என் முகம்

பிறகு தனித்து அலையும் முகங்கள்

எனது சேரியின் குடியிருப்பில்
மரங்களுக்கு இடையில்
தைல வாசனை புறப்பட்டு வருகிறது
இங்கு பொன் மணல்கள் இல்லை என்ற போதும்
பூமித்தாயின் அரவணைப்பு
கைகளின் வழியாக நெஞ்சில் பின்னிப் பிணைந்துள்ளது
உடைந்த வளையல் துண்டே
என்னை நீ
ஞாபகம் வைத்துள்ளாயா?

எல்லோருக்குமான சந்தோஷத்தை
இதயம் எளிதாகத் திறந்து பார்க்குமா?
அங்கே அது
துருப்பிடித்த பூட்டோடு தொங்கி
அழுது கொண்டிருக்கிறது

இந்த இரவு
பசியைப் பற்றி
என்னிடம் மட்டும் ஏன்
அதிகம் பேசுகிறது?
என்னை விட்டால் வேறு எவரும் இல்லையா?
நள்ளிரவு
பெட்டிக்கடையில்
பீடியை மட்டும்
இரந்து குடிக்கும் முதியவருக்கு
இன்று இறைவன் என்ன பதிலுரைப்பான்?

அந்த இரவில் தான்
காட்டின்
மொத்தச் சத்தமும் வெளியேறுகிறது
அதற்காகவாவது
இரவில்
காட்டைத் திறந்து பார்க்க வேண்டும்

வனமிழந்த பறவைகள் அலைகின்றன

கூடு தேடிக் குழந்தையின் கை விரல்கள் விரிகின்றன.

உன் ஞாபகக் கூடு விரியலாம்

முழு இரவும் பொழியலாம்

சன்னலைத் திறப்பது தான் உன் வேலை

காற்றோ

மழையோ

தன்னளவில் அறைவெளி வாங்கிக் கொள்ளும்

ஒரு பொம்மை

ஒரு கையை விட்டு

இன்னொரு கைக்குப்

போகிறது வருகிறது

அது ஒரு நிமிடம் என்றாலும்

அந்த நிமிடத்திற்குள் எத்தனை விதமான சிரிப்பு

எத்தனை விதமான துடிப்பு

எத்தனை விதமான ஆகாய விரிப்பு

கண்டுகொண்டும்

கண்டு கொள்ளாமலும் செல்கிறது பயணம்

அந்தப் பயணம் பூர்த்தி செய்யும் வரை

அம்மாவின் அழைப்பில்

மகளும்

வருகிறேன் வருகிறேன் என்கிறாள்

சந்தோஷத்தை மகிழ்வித்த பொம்மை

குழந்தைகளையும் சுற்ற வைத்து

தானும் சுற்றி

பூமி

உருண்டையாய் ஓடிக் கொண்டிருக்கிறது.

ஈஸ்டர் ராஜ்

கடற்கரை மண்ணே !

தாகத்திற்கு ஒரு சொட்டு தண்ணீர்த்

தருவாயா?

வெட்டாந்தரையில் சிந்திக் கொண்டிருக்கிறது

கண்ணீர்

பறவைகள் உலாவும் காட்டுப்பள்ளியில்

நிலம், நீர், ஆகாயம் வாதைகளுக்குள்ளாகிறது

அன்பே

ஒரு கொத்து மழை நீரை

இயன்ற வரைக் கொடு

இரண்டு பாதைகள் சந்திக்கும் இடத்தில்

பிரிந்த காதலர்கள் ஒன்று சேர்கிறார்கள்

ஆனால் என்ன?

அந்தக்

கழுத்துச் சங்கிலி நீட்டம் தான்

மலைப்பாம்பின் நெளிவு

துடிப்பு மிக்க இசையை

பூ நகர்த்துகிறது

அதில் ஒரு கம்பி செடி

எண்பது பறவையின் காலடித்தடம்

பாறையில் வெடித்துச் சிதறிய கற்களில்

ஒன்று

பறவையின் உச்சந்தலையிலும்

மற்றொன்று

நடைபாதை வாசியின் கழுத்திலும் விழுந்து

அறுபட்டது பெருந்துயரம்

பாவம் அந்தச் கரிச்சான் குருவி

புழுதி மண்ணில் புரண்டு புரண்டு விம்மி அழுகிறது

அடை மழைதான்
பெயரையும் உச்சரிப்பையும்
சரியாகச் சொல்லிக் கொண்டிருக்கிறது
அது இரவு அல்ல
புறாக்கள் தங்கும் வெளி

குட்டிப் பையனை சைக்கிளில் வைத்து
பள்ளிக்கு அழைத்துச் செல்லும்
அப்பாவின் கால்கள்
மீன் துள்ளலாய் இருக்கிறது
அந்தத் துள்ளலைப் பார்க்க
ஆற்றுக்குச் செல்கிறேன்

பழகிய தோழனிடம் இன்று பேசவில்லை

தாமதத்திற்கு மன்னிக்கவும்

தாமதத்திற்கு மன்னிக்கவும் என்றேன்

நூறடி ஆழத்தில்

தண்ணீர் பீறிட்டு ஆனந்தம் வெளிப்பட்டது

இறுகக் கட்டியணைத்தேன்

தண்ணீருடன் சேர்ந்த தோழனையும்

ஈஸ்டர் ராஜ்

பூமியில் இரண்டு பக்கங்களும்
சமநிலையில் இல்லை
சமநிலையை ஏற்படுத்த
சிலவற்றை வைத்தால்
புறங்கையால் தள்ளப்படுவது
எந்த விதத்தில் நியாயம்?

நான் நினைத்துப் பாராத தருணத்தில்
மனித சாரம் கெட்டழிகிறது
அந்தக் காலத்தை
ஊழியின் காலம் என பறைசாற்றுகிறது
குயில்

ஒரு ஜோடி அடைக்கலான் குருவி

இதுகாறும் பேசும் மழை

நின்று அழைக்கும் குழந்தை

அழகான ஒரு பூந்தொட்டி

கனிவு மிக்க ஒரு பெரியவர்

கைகாட்ட சிறு செடி

ஆதரவுக்குச் சிறு தாலாட்டு

நனையும் பொழுது துடைக்க ஒரு துண்டு

மௌனத்தை வருடும் பியானோ

இவை போதும்

ஒரு நாளைக் கடக்க

நல்ல சகோதரர்கள் பாம்பை விட மேலானவர்கள்
விஷத்தை அவ்வப்பொழுது முறிக்க
பழரசத்தைப் பானமாகக் கொடுப்பவர்கள்
உண்டு உறங்கும் நேரத்தில்
தலையணைக்கு நேராகக் கத்தியைத் தீட்டித் தூங்குபவர்கள்
வருகைக்காகக் குழி பறித்துக் காத்திருப்பவர்கள்
அதிகபட்சம் நான்கு மாத்திரைகள் விழுங்கக் கொடுப்பவர்கள்
இதைவிட ஆகச்சிறந்த செயலைச் செய்ய
இன்னும் இரண்டு சகோதரர்களைக் கூட்டிக் கொள்வார்கள்

என் உள்ளங்கைக்குள்
அந்நியர்கள் வரலாம்
இதயத்திற்குள்ளும் அவர்கள்
தாமதம் இன்றி பிரவேசிக்கலாம்
தினம் தினம் அவர்களை வரவேற்பது
எனக்கு உற்சாகத்தைத் தருகிறது என்றாலும்
அது ஒரு தீக்குச்சி கொளுத்துவது போல்
எளிதான காரியம்தான்
ஆனால்
அதனை யாரும் செய்ய மறந்து விடுகிறோம்

கல்லூரிகளுக்கு எதிரே

மதுக்கடைகள் நிறைந்து வழிகின்றன

கஞ்சாப் பயிர்கள் வளர்ந்தோங்கி நிற்கின்றன

மாணவர்கள்

சாலையைக் கடப்பதை விட

மதுக்கடைகளையும்

ஓங்கி உயர்ந்த கஞ்சாச் செடிகளையும்

கடப்பது கடினமாகவே இருக்கின்றது

இதற்கிடையில்

பெரும்பெரும் பாடப் புத்தகங்கள் நடுவே

கண்கலங்கி அலைபேசி அழைக்கிறது

இம்மட்டும்

மதுக்கடைக்கும்

கஞ்சாப் பயிருக்கும்

அலைபேசிக்கும் இடையே

கூப்பிடும் தூரத்தில்

அம்மா நின்று அழுது கொண்டிருக்கிறாள்

குருமார்களின் கைகள்
பழரசத்தால் நடுங்கிக் கொண்டிருக்கின்றன
எனக்கு என்னவோ
குருமார்களை அமைதிப்படுத்த
நிதானமான காற்று தேவைப்படலாம்
சுத்தமான அறையும் அவசியமாகலாம்
நீங்களும் நானும் போய் வருவதற்கு

இளம் பிராயத்துப் பெண்
கணவனுக்காகக் காத்திருக்கிறாள்
அவன்
பகலிலும் வரவில்லை
இரவிலும் வரவில்லை
தூரத்து மின்விளக்கு
எரிந்து எரிந்து அணைந்து கொண்டிருக்கிறது
சுட்டிக் குழந்தைகள் கண்ணாமூச்சி ஆடுகிறார்கள்
அவ்வப்போது கேரம்போர்டு விளையாடுகிறார்கள்
அவளை ஆற்றுப்படுத்த
அன்று நிலவும் வரவே இல்லை
நிலவுக்கு என்ன கோபமோ தெரியவில்லை

அவன் பழகுவதற்கு எளிமையானவன்

இன்று எங்கு போனான்?

அவனில் புனிதமான

அவனில் பரிசுத்தமிக்க

நண்பனை நாளொன்றில் தேடிக் கொண்டிருக்கிறேன்

இளைப்பாறுதலின் சுகத்தைச் சொன்னவன்

கனிதரும் மரத்தின் நடுவே வீற்றிருக்கிறான்

அவனைப் பார்க்கத் தோழமை உணர்வு கொண்டாலும்

மெசியாவின் திருக்கரத்தில்

ஆணிகளால் அறையப்பட்டிருக்கிறான்

பள்ளத்தாக்கில் கொட்டிக் கொண்டிருக்கிறது

பேராவலுடன் மழை

ஆளுயரக் கண்ணாடி
தவிப்புகளை வாங்கிக் கொண்டு
நூறு உள்ளன்புச் சிரிப்பைக் கொடுக்கிறது
ஆனாலும்
ஒரு தேவைக்காக
வேறு இடத்தில் வைத்தேன்
சட்டென உடைந்தது
சுக்கு நூறாக

அவளது கண்களில்

இசைக்குறிப்புகளைப் புரட்டினேன்

மெல்லிய ஓரிலை வெளியே வந்து

ஓயாத மழையையும்

ஓயாத மின்னலையும் அடித்துக் கொண்டிருந்தது

பள்ளிக்குச் செல்லும் பாலகர்கள்

மழையில் நனைந்து கொண்டிருப்பதை

அவளது கண்கள்

அதுதான் இசை என்று சுட்டிக்காட்டியது

அக்கணம்

நோய்மையில் படுத்துக் கொண்டிருந்தவன்

படுக்கையைத் தூக்கி எறிந்து விட்டு

வெளியே வந்தான்

அது கூட ஒரு வகையில்

இசைதான் என்றது

மனம்

நேசிப்பின் மடியை
அம்மா பூனைக்குக் கொடுத்துக் கொண்டிருந்தாள்
அப்பொழுது அவள்
அன்பே அன்பே என்று தாலாட்டுப் பாடுவது
ஆழ்மனதிற்கான துடிப்பு என்றாலும்
அதுதான் பிரபஞ்சத்திற்கான
நேசிப்பும் கூட

எல்லா அவமானங்களையும்

சுமந்து சென்றவன்

சுடுகாட்டில் படுத்துக் கொண்டிருக்கிறான்

உண்மையில்

அவன் படுத்துக் கொண்டிருக்கவில்லை

அவமானங்களின் தகிப்பில்

அங்கேயும் வாழ்ந்து கொண்டுதான் இருக்கிறான்

மருத்துவமனைகள்
முதியோர் இல்லம்
போய் வந்தவர்கள்
இதயத்தை வெறுமையாக
வைத்திருப்பவர்கள் அல்ல
அவர்கள் பரிபூரணத்தை
ஏதோ ஒரு வகையில்
நிரப்பிக் கொண்டே இருக்கிறார்கள்

காலத்திற்கு முன்
எல்லோரும் அழுது கொண்டிருக்கிறார்கள்
ஒரு நாய்க்குட்டி
செல்லமாக வாலாட்டி ஓடுகிறது

இந்தப் பகல்
ஏதோவொரு ரூபத்தை இழந்து கொண்டிருக்கிறது
கொஞ்சம் நிழலாக இருக்கலாம்
அல்லது
பச்சைக்கிளியின் அலகாக இருக்கலாம்
ஏன்?
சமயத்தில் நீங்கள் நினைத்த
அதுவாகக் கூட இருக்கலாம்

இந்த மன்னிப்பில்
துளியளவேணும்
கசப்பும் இல்லை
விஷமும் இல்லை
மல்லிகைப்பூ மணம் மட்டும்
எங்கிருந்தோ வருகிறது

உள்ளே வந்து

நூலகத்தைப் பாருங்கள் என்று

அறைகூவல் விடுக்கின்றார் நூலகர்

தவளையின் கத்தலைக் கவனிப்பவர்கள்

நூலகரின் கனிவான அறைகூவல்

அலுப்பாக இருக்குமோ அவர்களுக்கு

தெய்வத்தின்முன் நிந்தனை செய்தவர்கள்

சண்டையிட்டுக் கொண்டவர்கள்

எல்லாவற்றையும் மறந்து

கைகோர்த்துக் கடைகளுக்குள் ஏறி இறங்குகிறார்கள்

ஆனால்

ஒரு வெட்கக்கேடாகத் தெரியவில்லையா?

நூலகரின் சொல்லைத் தட்டிக்கழிப்பது

இரண்டு சொட்டுக் கண்ணீர்

சிந்துமிடத்தில்

எவரோ ஒருவர்

தன் உள்ளங்கையை விரிக்கின்றார்

அவருக்கே

இந்த பூமி

முழுவதும் சொந்தமாகிறது

களைப்பு என்றால்
என்னவென்றே தெரியாத முதியவருக்கு
சூரியன்
ஒரு கப் தேநீரை விருந்து வைக்கிறது
நட்பின் பரவசத்தில்
ஆழி நீரின் அகமகிழ்வு
இதயத்தின் உள்ளேயும் வெளியேயும் நிகழ்கிறது
கூழாங்கற்களின் பளிங்கு முகம்
நதிக்கரை நாணலின் காலடியில் கிடந்தாலும்
செழிப்பின் கிளைக்கரங்கள்
பனை மர அளவு விரிந்திருக்கிறது

எப்பொழுதும்
ஆசிர்வாதங்களை எண்ணிக்கொண்டிருப்பவர்களே
நீங்கள்
சாத்தானால் சோதிக்கப்படுவீர்கள்
எனவே
ஆசிர்வாதங்களையோ
மன்றாட்டுகளையோ எண்ணாதிருங்கள்